കണ്ണാടി ഭൂതം

kannadi bhootham
balasahithyam

•

sivan

•

first edition
february 2015

•

second edition
february 2017

•

third edition
march 2019

•

typesetting and published
chintha publishers, thiruvananthapuram

•

•

cover & illustration
sivan

വിതരണം

ദേശാഭിമാനി ബുക്ക് ഹൗസ്

H O തിരുവനന്തപുരം–695 035
Ph: 0471-2303026, 6063020
www.chinthapublishers.com
chinthapublishers@gmail.com

ബ്രാഞ്ചുകൾ

ഹെഡ്ഡാഫീസ് ബ്രാഞ്ച് കുന്നുകുഴി • സ്റ്റാച്യു തിരുവനന്തപുരം • കെ എസ് ആർ ടി സി ബസ് സ്റ്റേഷൻ ആലപ്പുഴ • കെ എസ് ആർ ടി സി ബസ് സ്റ്റേഷൻ എറണാകുളം • ഐ ജി റോഡ് കോഴിക്കോട് • മാവൂർ റോഡ് കോഴിക്കോട് • എൻ ജി ഒ യൂണിയൻ ബിൽഡിങ് കണ്ണൂർ • സെൻട്രൽ ബസ് ടെർമിനൽ കോംപ്ലക്സ് താവക്കര കണ്ണൂർ

CR - 2066 / 4957
ISBN - 978-93-83432-26-4

കണ്ണാടി ഭൂതം

ബാലസാഹിത്യം

ശിവൻ

ചിന്ത പബ്ലിഷേഴ്സ്
തിരുവനന്തപുരം-695 035
വില : ₹ 80

ശിവൻ

എറണാകുളം ജില്ലയിലെ പറവൂരിൽ 1948 മെയ് 2 ന് ജനിച്ചു. 1964 മുതൽ മലയാളത്തിലെ ഒട്ടുമിക്ക പ്രസിദ്ധീകരണങ്ങളിലും കാർട്ടൂണുകളും ചിത്രകഥകളും വരച്ചുകൊണ്ടാണ് തുടക്കം.

1973 മുതൽ കെ എസ് ആർ ടി സിയിൽ ജോലിയിൽ പ്രവേശിച്ചു. മുപ്പതുവർഷത്തെ സേവനത്തിനുശേഷം 2003 ൽ വിരമിച്ചു.

നിർമല എന്ന പേരിൽ കുട്ടികൾക്കുവേണ്ടി കഥകളും ലേഖനങ്ങളും പ്രസിദ്ധീകരിച്ചിട്ടുണ്ട്.

ഇപ്പോൾ മലയാളത്തിലെ ലീഡിങ് പബ്ലിഷേഴ്സിനുവേണ്ടി കവർ ഡിസൈനുകളും ചിത്രീകരണങ്ങളും ചെയ്യുന്നു.

ഭാര്യ : ഗിരിജ
മക്കൾ : അഡ്വ. രാഖി, റോസ്
വിലാസം : കാർട്ടൂണിസ്റ്റ് ശിവൻ
നോർത്ത് പറവൂർ
എറണാകുളം – 683 513
മൊബൈൽ : 9847715252
Email : cartoonistsivan@gmail.com

ഉള്ളടക്കം

1

മുളയും ഭൂതവും

ഒരുകാലത്ത് മുളകൾക്ക് മുട്ടുകൾ ഉണ്ടായിരുന്നില്ലത്രെ. കുഴൽപോലെ ഉയരത്തിലേക്ക് അവ വളർന്നുനിന്നിരുന്നു. അക്കാലത്ത് നടന്ന ഒരു കഥയാണിത്. മുളകൾമാത്രം നിറഞ്ഞുനിന്നിരുന്ന ഒരു വനപ്രദേശം. നിറയെ കുന്നുകളും പാറക്കെട്ടുകളും അരുവികളും. സുന്ദരദേശം എന്നാണ് അവിടം അറിയപ്പെട്ടിരുന്നത്.

കുറേ അധികം ആളുകൾ സന്തോഷത്തോടെ സുന്ദരദേശത്ത് കഴിഞ്ഞിരുന്നു. അവരുടെ നേതാവായി ഒരു മൂപ്പനും, രക്ഷകയായി ഒരു സ്വർണദേവതയും ഉണ്ടായിരുന്നു.

മുളകൾനിറഞ്ഞ സുന്ദരദേശത്തുകാർ മുളകൾകൊണ്ട് കുട്ടകളും പനമ്പും ഉണ്ടാക്കി ഗ്രാമങ്ങളിൽ കൊണ്ടുപോയി വിറ്റിട്ടാണ് ജീവിച്ചിരുന്നത്. ജീവിതമാർഗം മുളകളാണ് എന്നതുകൊണ്ട് അന്നാട്ടുകാർ മുളയെ വളരെ ശ്രദ്ധയോടെയും സ്നേഹത്തോടെയും പരിപാലിച്ചുപോന്നിരുന്നു.

അങ്ങനെ സന്തോഷത്തോടെ കഴിഞ്ഞിരുന്ന അവരുടെ ഇടയിൽ എവിടെനിന്നോ ഒരു ഭൂതം വന്നുപെട്ടു. സുന്ദരദേശത്തെ നന്മയെ നാശിപ്പിക്കുകയായിരുന്നു ഭൂതത്തിന്റെ ലക്ഷ്യം.

ആയിടെ ഒരു പ്രഭാതം പുലർന്നത് ഭൂതത്തിന്റെ താണ്ഡവത്തോടെയായിരുന്നു. സുന്ദരദേശത്ത് പുതുതായി വെച്ചുപിടിപ്പി

ച്ചിരുന്ന മുളത്തൈകൾ മുഴുവൻ ഭൂതം നശിപ്പിച്ചിരിക്കുന്നു. "എല്ലാം നശിച്ചു.... ഭൂതം ഞങ്ങളുടെ ജീവിതം വഴിമുട്ടിച്ചു...അ യ്യോ...അയ്യോ.."

നശിപ്പിച്ച മുളത്തൈകൾ കൂട്ടിയിട്ട് അവർ ഉച്ചത്തിൽ കര

ഞ്ഞു. ഗ്രാമവാസികളുടെ നിലവിളികേട്ട് സുന്ദരദേശത്തിന്റെ മൂപ്പനും സ്ഥലത്തെത്തി.

"എന്താണ്! എന്തുപറ്റി?"

"ഞങ്ങളുടെ മുളകൾ മുഴുവൻ ഭൂതം നശിപ്പിച്ചു. ഞങ്ങളെ രക്ഷിക്കൂ... മൂപ്പരേ...."

"സൂക്ഷിക്കുക, തിന്മ വേഗം വളരും. അത് നശിപ്പിച്ചില്ലായെങ്കിൽ അത് നമ്മെ വെണ്ണീറാക്കും" മൂപ്പൻ പറഞ്ഞു.

മൂപ്പൻ കുറച്ചു സമയം ചിന്തിച്ചു, എന്നിട്ട്,

"ശരി. നിങ്ങളെന്റെ പിന്നാലെ വരിക. നമുക്ക് നമ്മുടെ ദേവ

തയെ മുഖം കാണിക്കാം. നന്മയുടെ ദേവതയായ സ്വർണദേവതയെ.”

സുന്ദരദേശത്തുകാരും മൂപ്പനും സ്വർണദേവതയുടെ ഇരിപ്പിടമായ ഗുഹാമുഖത്തെത്തി.

“ഞങ്ങളുടെ രക്ഷിതാവേ, പുറത്തുവരൂ.. ഞങ്ങളുടെ ആവലാതികൾ കേൾക്കൂ.”

സ്വർണദേവത ഗുഹയിൽനിന്നും പുറത്തുവന്നു.

"എന്താണ് നിങ്ങളുടെ സങ്കടം?"

"ഞങ്ങളുടെ മുളകളെല്ലാം ഒരു ഭൂതം പിഴുതെറിഞ്ഞു. ഞങ്ങളെ ഈ ഭൂതത്തിൽനിന്നും രക്ഷിക്കൂ അമ്മേ..." അവർ കരഞ്ഞു പറഞ്ഞു. ഇതേസമയം ഭൂതം തൊട്ടടുത്ത മുളംകൂട്ട ത്തിലൂടെ വന്നുകൊണ്ടിരിക്കുന്നത് ദേവത കണ്ടു. പെട്ടെന്ന് ദേവത ഭൂതത്തെ പിന്തുടർന്നു.

"നിൽക്കവിടെ, നിന്നെ ഞാൻ നശിപ്പിക്കും" ദേവത കയ്യി ലിരുന്ന അത്ഭുതദണ്ഡ് ഭൂതത്തിന്റെ നേർക്ക് നീട്ടി. പേടിച്ചുവിറച്ച

ഭൂതം രക്ഷപ്പെടാനായി ഒരു മുളയുടെ ഉള്ളിൽ കയറി ഒളിച്ചു.

"ഇല്ല. എന്നെ ഒന്നും ചെയ്യുവാൻ കഴിയില്ല. ഞാനീ മുളയുടെ ഉള്ളിൽ സുരക്ഷിതനാണ്. ഹ..ഹ..ഹ...."

"ഓം ക്രീം... മുളകൾ മുട്ടുകൾ ഉള്ളവയായിത്തീരട്ടെ..."

ഉടൻ ഒറ്റക്കുഴലായിരുന്ന മുളകൾ മുട്ടുകളായി തിരിഞ്ഞു. മുള മുട്ടുകളായി തിരിഞ്ഞപ്പോൾ ഭൂതം കഷണങ്ങളായി മുറിഞ്ഞു.

"അയ്യോ! രക്ഷിക്കണേ... രക്ഷിക്കണേ. ഞാനീ സുന്ദരദേശം വിട്ടുപോയേക്കാം. എന്നെ വെറുതെ വിടൂ" ഭൂതം ദയനീയമായി കരഞ്ഞു.

"നിന്നെ ഞാൻ രക്ഷിക്കാം, ഈ സുന്ദരദേശത്ത് വരില്ലെന്ന് നീ സത്യം ചെയ്യാമെങ്കിൽ" ദേവത പറഞ്ഞു.

"എനിക്കു തെറ്റുപറ്റി. സുന്ദരദേശം സന്തോഷത്തിന്റെ ദേശമാണ്, കൂട്ടായ്മയുടെ ദേശമാണ്. സ്നേഹത്തിന്റെയും സാഹോദര്യത്തിന്റെയും ദേശമാണ്. ഇവിടെ എനിക്ക് പ്രവേശനമില്ല. ഞാൻ പോകുന്നു. മറ്റൊരു ദേശത്തേക്ക്."

ഭൂതം അവിടെനിന്നും പറന്നകന്ന് മേഘപാളികളിൽ മറഞ്ഞു. അന്നുമുതലാണ് മുളകൾക്ക് മുട്ടുകൾ വന്നത്.

2

യഥാർഥ പിശുക്കൻ

ബംഗാളിലെ ഒരു ഗ്രാമം. താരാനാഥ് ചാറ്റർജിയെന്ന അറുപിശുക്കൻ!

ക്ഷമയുടെ മൂർത്തിയായ അദ്ദേഹത്തിന്റെ ഭാര്യ സ്വപ്നാഭായി

നല്ല സ്ത്രീയായിരുന്നു.

സ്വപ്നാഭായിയുടെ ക്ഷമ ഒന്നുകൊണ്ടുതന്നെയാണ് അവരുടെ ജീവിതം വലിയ കുഴപ്പങ്ങളൊന്നുമില്ലാതെ കടന്നുപോയിരുന്നത്.

പണം പലിശയ്ക്ക് കൊടുക്കലാണ് താരാനാഥിന്റെ തൊഴിൽ.

ഗ്രാമത്തിലെ പാവങ്ങൾക്ക് പണം പലിശക്കുകൊടുത്ത് അമിത പലിശവാങ്ങി അയാൾ കുബേരനായി കഴിയുന്നു.

ആയിടെ പലിശമുതലാളിമാരുടെ ഒരു സമ്മേളനം പട്ടണത്തിൽ കൂടുന്നുണ്ടായിരുന്നു. താരാനാഥും സമ്മേളനത്തിൽ പങ്കെടുക്കുവാനായി പുറപ്പെട്ടു. വളരെ ദൂരം നടന്നുവേണം പട്ടണത്തിലെത്താൻ. യാത്രക്കിടയിലും അയാൾ തന്റെ പണസഞ്ചിയിലെ സ്വർണനാണയങ്ങൾ എണ്ണുന്നുണ്ടായിരുന്നു. പണം എണ്ണിക്കൊണ്ടിരിക്കുകയാണ് അയാളുടെ ഏറ്റവും വലിയ വിനോദം.

വീട്ടിൽനിന്നും വളരെ ദൂരം അയാൾ എത്തിയിരുന്നു.

പെട്ടെന്നാണ് മുറിയിലെ വിളക്ക് അണച്ചോയെന്ന് അയാൾക്ക് സംശയം തോന്നിയത്. പിന്നെ ഒരു നിമിഷം അവിടെ നിന്നില്ല. വീട്ടിലേക്ക് ഒറ്റ ഓട്ടം!

ഓടിക്കിതച്ച് വീട്ടിനു മുന്നിലെത്തിയ താരാനാഥ് ഉച്ചത്തിൽ ഭാര്യയെ വിളിച്ചു. അകത്തു നിന്നിരുന്ന സ്വപ്നാഭായി വിളി കേട്ടു. അവർ ജനൽവഴി പുറത്തേക്ക് നോക്കി.

"എന്തേ ഇത്ര പെട്ടെന്ന് ഇങ്ങ് പോരാൻ?"

"ഏയ് ഒന്നുമില്ല. നീ വാതിൽ തുറക്കേണ്ട. എന്റെ മുറിയിലെ പണപ്പെട്ടിയുടെ സമീപത്തുള്ള വിളക്ക് ഞാൻ അണച്ചില്ല. അത് അണച്ചാൽ മതി."

"അതിന് നിങ്ങളുടെ മുറിയിൽ വെളിച്ചം കാണുന്നില്ലല്ലോ!"

അത് കേട്ടതോടെ താരാനാഥിന് പരിഭ്രമമായി. വിളക്കിലെ എണ്ണ ഇത്ര പെട്ടെന്ന് കത്തിത്തീർന്നോ എന്നായിരുന്നു അയാളുടെ ചിന്ത.

"ഇല്ല. അത് കത്തിത്തീരുവാൻ സമയമായിട്ടില്ല. നീ ഒന്നു കൂടി നോക്ക്."

"ഞാൻ വാതിൽ തുറന്നു തരാം. നിങ്ങൾതന്നെ വന്നു നോക്ക്. അവിടെ വിളക്കൊന്നും കത്തിയിരിപ്പില്ല."

"വേണ്ട, വേണ്ട ഏത് സമയവും വാതിൽ തുറന്നാൽ അതിന്റെ വിജാഗിരിയും തണ്ടുമൊക്കെ വേഗത്തിൽ തേഞ്ഞു തീരും."

താരാനാഥിന് ദേഷ്യം വന്നു. ഭർത്താവിന്റെ ഈ പരിഭ്രമം കണ്ട് സ്വപ്നാഭായിക്ക് ചിരി വന്നു. അയാളെ ഒന്നുകൂടി ശുണ്ഠി കയറ്റാൻ സ്വപ്നാഭായി തട്ടിവിട്ടു:

"ഇത്രയും ദൂരം നിങ്ങൾ ഓടിയല്ലേ വന്നത്. നിങ്ങളുടെ ചെരു പ്പ് തേഞ്ഞുകാണുമല്ലോ."

സ്വപ്നാഭായിയുടെ അഭിപ്രായംകേട്ട് അയാൾ പൊട്ടിച്ചിരി ച്ചു.

"നീയൊരു മണ്ടിയാണെന്ന് ഞാൻ പണ്ടേ പറയാറുണ്ട്. ഇ പ്പോഴത് ഉറപ്പായി. ഇതാ, നോക്ക് ഞാനെന്റെ ചെരുപ്പ് ഊരി കയ്യിൽ പിടിച്ചിട്ടാണ് ഇത്രയും ദൂരം ഓടിയത്."

3

ഉണങ്ങാത്ത മുറിവ്

പേർഷ്യയിലെ രാജാവായ ഷാജഹാന് ഏറെ നാളത്തെ കാത്തിരിപ്പിനുശേഷം ഒരു കുഞ്ഞു പിറന്നു. രാജ്യഭരണത്തിൽ നല്ല അറിവുള്ളവനും നിപുണനുമായി മകനെ വളർത്തണമെന്ന് രാജാവ് ആഗ്രഹിച്ചു. ഏറെ അന്വേഷണങ്ങൾക്കൊടുവിൽ ഗുരുവിനെ കണ്ടെത്തി. രാജാവ് ഗുരുവിനെ കൊട്ടാരത്തിൽ വിളിച്ചുവരുത്തി തന്റെ ആഗ്രഹം അറിയിച്ചു. "ഗുരുവേ, ഈ നിൽക്കുന്ന കോസ്റോസ് രാജകുമാരനെ ഞാൻ അങ്ങയെ ഏൽപ്പിക്കുന്നു. രാജ്യഭരണത്തിൽ സമർഥനും നീതിമാനുമാക്കി ഇവനെ എനിക്ക് തിരിച്ചുതരണം."

"എന്റെ കഴിവിന്റെ പരമാവധി ശ്രമിക്കാം പ്രഭോ..."

കോസ്റോസ് കുമാരനുമായി ഗുരു കൊട്ടാരത്തിൽനിന്നും യാത്രയായി.

കുറെ നാളുകൾക്കുശേഷം ഒരുദിവസം രാജാവ് ഗുരുവിനോട് തന്റെ പുത്രന്റെ വിദ്യഭ്യാസത്തെക്കുറിച്ച് അന്വേഷിച്ചു.

"എങ്ങനെയുണ്ട് പുത്രന്റെ പുരോഗതി? കുമാരന് കൊട്ടാരത്തിലേക്ക് മടങ്ങാൻ സമയമായോ...?"

"തീർച്ചയായും കുമാരൻ വളരെ പഠിച്ചു കഴിഞ്ഞു. പക്ഷേ, ഇനിയും ഏറെ മനസിലാക്കാനുണ്ട്. എന്നിരുന്നാലും കുമാരനെ ഏതാനും ആഴ്ചകൾകൂടി കഴിഞ്ഞാൽ ഒരു രാജ്യം ഭരിക്കുവാ

നുള്ള യോഗ്യതകളോടുകൂടി ഞാൻ അങ്ങയെ ഏൽപ്പിക്കുന്ന താണ്.

ഇത്രയും പറഞ്ഞ് ഗുരു തിരിച്ചുപോന്നു.

ഗുരു വന്നപ്പോൾത്തന്നെ രാജകുമാരൻ വിനയപൂർവം അഭി

വാദ്യം ചെയ്തു. പെട്ടെന്ന് ഗുരു കോപാകുലനായി. പൊട്ടിത്തെറിച്ചുകൊണ്ട് അദ്ദേഹം കുമാരനെ ശകാരിക്കാൻ തുടങ്ങി.

"ധിക്കാരി. പോടാ അപ്പുറത്ത്."

താമസിച്ചില്ല. അവിടെ സൂക്ഷിച്ചിരുന്ന വടിയെടുത്ത് കുമാരനെ ഗുരു തല്ലാൻ തുടങ്ങി. കൈ കുഴയുന്നതുവരെ അതുതുടർന്നു. കുപിതനായ ഗുരു തന്റെ കിടപ്പുമുറിയിലേക്ക് പോകുകയും ചെയ്തു.

കോസ്റോസിന് ഒന്നും മനസിലായില്ല. താൻ എന്ത് തെറ്റാണ് ചെയ്തതെന്ന് ഗുരു പറഞ്ഞതുമില്ല. ഈ സംഭവം കുമാരന്റെ മനസിനെ വല്ലാതെ നൊമ്പരപ്പെടുത്തി.

"നാളെ രാവിലെ ഒരുപക്ഷേ പറയുമായിരിക്കും. അല്ലെങ്കിൽ ഞാൻ അത് അറിയാൻ ശ്രമിക്കും."

കുമാരൻ മനസിലോർത്തു.

അന്ന് രാത്രി കുമാരന് ഉറക്കം വന്നില്ല. തിരിഞ്ഞും മറിഞ്ഞും നേരം വെളുപ്പിച്ചു. പുലർച്ചെ ഗുരു തന്നെ വിളിപ്പിക്കുമെന്ന് കുമാരൻ വിചാരിച്ചു. പക്ഷേ, നടന്നത് മറ്റൊന്നായിരുന്നു. വിദ്യാലയത്തിലെ ചുമതലക്കാരിൽ ഒരാൾ കുമാരനോട് കൊട്ടാരത്തിലേക്കുള്ള യാത്രയ്ക്ക് ഒരുങ്ങുവാൻ പറഞ്ഞു. കാര്യം എന്തെന്നറിയാതെ കുമാരൻ യാത്രക്കൊരുങ്ങി. ഗുരു യാതൊന്നും പറയാതെ കുമാരനുമായി രാജാവിന്റെ മുമ്പിലെത്തി.

"രാജാവേ, അങ്ങയുടെ മകനെ ഞാൻ തിരികെ ഏൽപ്പിക്കുന്നു. മിടുക്കനായ ഒരു ഭരണാധികാരിയാകുവാനുള്ള യോഗ്യതകളോടെ."

രാജാവിന് സന്തോഷമായി. വിലപിടിപ്പുള്ള ധാരാളം സമ്മാനങ്ങൾ നൽകി ഗുരുവിനെ കൊട്ടാരത്തിൽനിന്നും യാത്രയാക്കി.

മാസങ്ങൾ പിന്നെയും കഴിഞ്ഞു. ഗുരു ഏൽപ്പിച്ച മുറിവുമായി കുമാരൻ കൊട്ടാരത്തിൽ കഴിഞ്ഞു.

ഇതിനിടെ രാജാവ് കാലം ചെയ്യുകയും കോസ്റോസ് ഭരണത്തിൽ വരികയും ചെയ്തു.

ഒരുദിവസം ഗുരുവിനെ പിടിച്ചു കൊണ്ടുവരുവാൻ കുമാരൻ ഉത്തരവിട്ടു.

വൃദ്ധഗുരു യുവരാജാവിന്റെ മുമ്പിൽ ഹാജരാക്കപ്പെട്ടു.

ഗുരുവിനെ കണ്ടതും രാജാവ് വികാരഭരിതനായി. ഗുരുകുലത്തിൽവച്ച് തന്നെ അകാരണമായി മർദിക്കുവാനുണ്ടായ കാരണമെന്തെന്ന് പറയുവാൻ രാജാവ് കൽപ്പിച്ചു.

"ഇപ്പോഴും ആ സംഭവം യുവരാജൻ ഓർത്തിരിക്കുന്നതിൽ ഞാൻ സന്തുഷ്ടനാണ്. മരണംവരെ അങ്ങനെയായിരിക്കുകയും വേണം. എന്തെന്നാൽ കുമാരൻ വളരെ ഏറെ കാര്യങ്ങൾ പഠിക്കുന്നതിൽ സമർഥനായിരുന്നു. പക്ഷേ, അനീതി എന്തെന്ന് അങ്ങ് അറിഞ്ഞിരുന്നില്ല. അതുകൊണ്ടാണ് ഞാൻ അനീതി കാണിച്ചത്. അങ്ങനെ അനീതി എന്തെന്ന് മനസിലാക്കുവാൻ അങ്ങേക്ക് കഴിഞ്ഞു. യുവരാജന്റെ ഭരണത്തിൽ മറ്റാരോടും അനീതി കാണിക്കാതിരിക്കാനുള്ള ഒരു പാഠമായിരുന്നു ആ സംഭവം."

കോസ്റോസ് സിംഹാസനത്തിൽനിന്നും ചാടിയിറങ്ങി ഗുരുവിനെ കെട്ടിപ്പിടിച്ചു. തനിക്കുപറ്റിയ തെറ്റിൽ മാപ്പിരന്നു.

4

ശക്തിദേവന്റെ ആഗ്രഹം

ഗംഗാതീരത്ത്, മരണാനന്തര കർമങ്ങൾ ചെയ്തു ജീവിച്ചിരുന്ന ഒരു കുടുംബത്തിലാണ് ശക്തിദേവൻ ജനിച്ചത്.

പിതാവിനു ലഭിക്കുന്ന തുച്ഛമായ വരുമാനംകൊണ്ട് കഷ്ടിച്ചു കഴിഞ്ഞുപോകുകയായിരുന്നു ആ കുടുംബം.

ശക്തിദേവൻ കൗമാരത്തിലെത്തി. സൗന്ദര്യം കുറവാണെന്ന ചിന്ത അയാളെ അലട്ടിക്കൊണ്ടിരിരുന്നു. സാമാന്യം സൗന്ദര്യം അയാൾക്കുണ്ട്. എങ്കിലും

അവിടുത്തെ രാജകുമാരനെപ്പോലെ താൻ എന്തുകൊണ്ടായില്ല എന്ന ചിന്തയായിരുന്നു അയാൾക്ക്.

ഗംഗാതീരത്ത് വിഷണ്ണനായി കുത്തിയിരുന്ന് അയാൾ സമയം പാഴാക്കി.

ഇനി ഒന്നേ മാർഗമുള്ളൂ. സൗന്ദര്യം സമ്പാദിക്കാൻ ഇന്ദ്രനെ തപസുചെയ്യുക.

ഏറ്റവും എളുപ്പമാർഗം അതാണെന്ന് ശക്തിദേവൻ കരുതി. തപസിനുപറ്റിയ ഏകാഗ്രത ലഭിക്കുന്ന ഒരിടം തേടി അയാൾ വനത്തിലെത്തി. തപസാരംഭിച്ചു.

ദിവസങ്ങൾ കടന്നുപോയി.

ശക്തിദേവന്റെ തപസ്സ് ഇന്ദ്രന്റെ ശ്രദ്ധയിൽപ്പെട്ടു. അയാളുടെ ആഗ്രഹം അജ്ഞതയിൽനിന്നും ഉണ്ടായതാണെന്നും, കൗമാരത്തിലെ ചാപല്യമാണിതെന്നും ബോധ്യപ്പെടുത്താനും ഇന്ദ്രൻ തീരുമാനിച്ചു.

ഇന്ദ്രൻ ഒരു പട്ടിയുടെ രൂപത്തിൽ ബ്രാഹ്മണന്റെ അടുത്തു വന്നു. അസഹനീയമായ ദുർഗന്ധം ബ്രാഹ്മണന്റെ ഏകാഗ്രത നഷ്ടപ്പെടുത്തി. തന്നെ ചുറ്റിപ്പറ്റിനിൽക്കുന്ന പട്ടിയെ ശക്തിദേവൻ ശ്രദ്ധിച്ചു. ശരീരം മുഴുവൻ ചീഞ്ഞ് വൃത്തികേടായി ഈച്ചയാർത്ത് നിൽക്കുന്ന പട്ടി!

സഹിക്കവയ്യാത്ത ദുർഗന്ധം അയാളെ അസ്വസ്ഥനാക്കു

കയും പേടിപ്പെടുത്തുകയും ചെയ്തു.

അയാൾ തപസിൽനിന്നും ചാടിയെഴുന്നേറ്റു.

"ശ്ശോ! എത്ര വൃത്തികെട്ട ജീവി! അതിനെ അപേക്ഷിച്ച് എത്ര സുന്ദരനാണ് താൻ."

താമസിച്ചില്ല ശക്തിദേവൻ വീട്ടിലേക്ക് ഓടി.

5

യാഥാർത്ഥ്യം അറിയുമ്പോൾ

നേരം പുലർന്നുവരുന്നതേയുള്ളൂ.

കാട്ടിൽ പുകപടലംപോലെ മഞ്ഞ് നിറഞ്ഞുനിൽക്കുന്നു.

മഞ്ഞുപാളികൾ തുളച്ചുപോകുന്ന സൂര്യകിരണങ്ങൾ കാണാൻ നല്ല ചന്തം!

കാട്ടിലെ ഒരു പാറയിടുക്കിൽ മയങ്ങിയുണർന്ന ചിന്തൻ കഴുത പ്രഭാതഭംഗി ആസ്വദിക്കുകയാണ്. ഇന്ന് ഭക്ഷണം തേടി എങ്ങോട്ടു നീങ്ങണം? കാട്ടിൽ എവിടെയും ഭക്ഷണം ലഭിക്കും. പക്ഷേ; പാണ്ടൻ ചെന്നായയെയും നീലൻ കുറുക്കനെയും മറ്റും ശ്രദ്ധിച്ചേ പറ്റൂ.

കാടിന്റെ വടക്ക് മാളവനപ്പാറയുടെ സമീപം നല്ല ഇളം പുല്ല് വളർന്നുനിൽക്കുന്നു. ഈ വിവരം വെള്ളരിക്കൊക്ക് പറഞ്ഞറിഞ്ഞതാണ്. ഇന്നത്തെ യാത്ര അങ്ങോട്ടാകാം.

ചിന്തൻ മാളവനപ്പാറയുടെ സമീപത്തേക്ക് യാത്രയായി.

വെള്ളരിക്കൊക്ക് പറഞ്ഞതുപോലെ ധാരാളം ഇളംപുല്ല്!

ചിന്തൻ വേണ്ടുവോളം കഴിച്ചു. വയറുനിറഞ്ഞപ്പോൾ ഒന്നു വിശ്രമിക്കാമെന്നായി. മാളവനപ്പാറയുടെ മുകളിലെ ഇലഞ്ഞിമരത്തിന്റെ ചുവട്ടിൽ ചിന്തൻ വിശ്രമിച്ചു. അൽപ്പം കഴിഞ്ഞപ്പോൾ ഒരു ചിറകടി ശബ്ദം!

നാട്ടിൽനിന്നും പറന്നെത്തിയ കരിംകാക്കയായിരുന്നു. കാക്ക കഴുതയുടെ മുമ്പിൽ വന്നിരുന്നു.

"നീ ഗ്രാമത്തിലെ കാക്കയല്ലേ, എന്തേ ഇങ്ങു വരാൻ?"

"ഈ കാടൊക്കെ ഒന്നു ചുറ്റിക്കറങ്ങിക്കാണാമെന്നു കരുതി."

"ആട്ടെ; നിനക്ക് നാട്ടിൽ സുഖമാണോ?"

"എന്തേ സംശയം? പരമാനന്ദം! എനിക്കുമാത്രമല്ല നിന്നെപ്പോലുള്ള കഴുതകളും നാട്ടിൽ സുഖമായി കഴിയുന്നു." കാക്ക പറഞ്ഞു.

"ഞങ്ങളെപ്പോലെ യഥേഷ്ടം ഭക്ഷണം കഴിച്ച് അവർക്കു

നടക്കുവാൻ കഴിയുമോ?"

കഴുതയ്ക്കു സംശയം ധാരാളം.

"നിങ്ങളെപ്പോലെ അലഞ്ഞു തിരിയേണ്ട കാര്യം ഗ്രാമത്തിലെ കഴുതകൾക്കില്ല. ആവശ്യമുള്ള ഭക്ഷണം കൃത്യ സമയത്ത് അവരുടെ യജമാനന്മാർ നൽകുന്നു. പിന്നെ, എന്തു ചിന്തിക്കാൻ.... ശരി, ഞാൻ കാടൊന്നു ചുറ്റിക്കറങ്ങട്ടെ..."

ഇതുപറഞ്ഞ് കാക്ക സ്ഥലം വിട്ടു.

ചിന്തൻ കഴുതയ്ക്ക് ഇത് നേരിട്ട് അറിയണമെന്നായി. നാട്ടിലാണെങ്കിൽ ഈ ചെന്നായ്ക്കളെയും കുറുക്കന്മാരെയും ഭയപ്പെടേണ്ടതുമില്ല. അവൻ ഗ്രാമത്തിലേക്ക് നടന്നു. ഭാഗ്യം! തേടിയവള്ളി കാലിൽ ചുറ്റിയെന്നുപറയുന്നതുപോലെ ഒരു നാട്ടു കഴുത അവന്റെ മുന്നിൽ!

"സുഹൃത്തേ, ഞാൻ കാട്ടിലെ കഴുതയാണ്. നാട്ടിൽ നിങ്ങൾക്ക് സുഖമാണോ?"

"സംശയം വേണ്ട, സുഖം!"

"കൃത്യസമയങ്ങളിൽ ഭക്ഷണവും വെള്ളവും. ഉറങ്ങാൻ മഞ്ഞും വെയിലും മഴയും ഏൽക്കാത്ത തൊഴുത്ത്. നിങ്ങളെപ്പോലെ മരച്ചുവട്ടിലും, പാറയിടുക്കിലും കിടന്നുറങ്ങേണ്ടതില്ല. ശരി, ഞാൻ പോകുന്നു. എന്നെ യജമാനൻ അന്വേഷിക്കുന്നുണ്ടാകും."

ചിന്തൻ കഴുതയ്ക്ക് നിരാശ തോന്നി. വിഷണ്ണനായി അവൻ കാട്ടിലേയ്ക്ക് തിരിച്ചു. പോകുംവഴിക്ക് "എന്താടാ, നിനക്കൊരു ഉന്മേഷമില്ലല്ലോ....?" പോത്തൻ ചേട്ടൻ ചോദിച്ചു.

"ഞങ്ങളുടെ വർഗത്തിന് ഗ്രാമത്തിൽ ലഭിക്കുന്ന സുഖസൗകര്യങ്ങളെക്കുറിച്ചറിഞ്ഞപ്പോൾ എനിക്കൊരു പ്രയാസം..."

"നിന്നോടിതാരു പറഞ്ഞു?"

"ഞാനിപ്പോൾ ഒരു നാട്ടുകഴുതയുമായി സംസാരിച്ചു. അവനാണ് ഈ വിവരങ്ങൾ പറഞ്ഞത്."

"ഇതാണോ കാര്യം. എല്ലാം അവൻ പറഞ്ഞു, പക്ഷേ, ഒന്നു മാത്രം പറഞ്ഞില്ല. ഏതായാലും നീ നിരാശപ്പെടേണ്ട. വീണ്ടും നീ അവനെ കാണാനിടവരും."

പോത്തൻ നടന്നു നീങ്ങി.

ചിന്തൻ അവിടെ വിശ്രമിച്ചു.

ദിവസങ്ങൾക്കുശേഷം ചിന്തൻകഴുത വീണ്ടും ഗ്രാമത്തിലെ വഴിയിലെത്തി.

"അന്നു കണ്ട നാട്ടുകഴുത അതാ വരുന്നു..." പക്ഷേ, അത്ഭുതകരമായ ആ കാഴ്ചകണ്ട് അവൻ തരിച്ചുനിന്നുപോയി.

നടന്നു നീങ്ങാൻതന്നെ പ്രയാസപ്പെടുന്ന വലിയ ഭാരം അവന്റെ പുറത്തുണ്ട്. വെയിലത്ത് ചുമടുമേന്തി, വായിൽനിന്നും നുരയും പതയും ഒലിപ്പിച്ച് അവൻ കിതയ്ക്കുന്നു. ചിന്തൻ അടുത്തുചെന്നു.

"സുഹൃത്തേ, നിങ്ങൾ ഇത്രയും ഭാരം എങ്ങനെ ചുമക്കുന്നു? അത്ഭുതം!"

"അതെ, സുഹൃത്തേ, സഹിക്കാതെ നിവൃത്തിയില്ല. ഇത്

പട്ടണത്തിലെ ചന്തയിൽ എത്തിക്കണം. അല്ലേൽ, യജമാനന്റെ പ്രഹരം ഏൽക്കേണ്ടതായിവരും. അയാൾ എന്നെ കൊന്ന് കുഴിച്ചുമൂടും. ഞാൻ പോകുന്നു. അയാൾ പിന്നാലെയുണ്ട്."

ചിന്തൻ വേഗം കാട്ടിലേക്ക് മടങ്ങി. ഇപ്പോഴവന് യാഥാർത്ഥ്യം മനസിലായി. സ്വാതന്ത്ര്യം എന്ന വലിയ വില നൽകിയിട്ടാണ് അവന് ഭക്ഷണവും പാർപ്പിടവും ലഭിക്കുന്നതെന്ന്.

6

പണക്കാരെ പേടിച്ച ആമ

ഇതൊരു നാടോടി കഥയാണ്. തുർക്കിയിൽ ഒരു ചൊല്ലുണ്ട്; ഒരു ആമ വീട്ടിൽ വന്നാൽ അതിന്റെ പുറത്ത് ഒട്ടകത്തിന്റെ

പാൽ ഒഴിക്കണമെന്നാണ് ആ ചൊല്ല്!

അതിന് വലിയ ഒരു സന്ദേശമുണ്ട്. ആ സന്ദേശത്തിന് ഒരു കഥയും.

ഒരിക്കൽ പാവപ്പെട്ട ഒരു കർഷകന്റെ വീട്ടിൽ പ്രതീക്ഷിക്കാതെ കുറേ വിരുന്നുകാരെത്തി. അവർ അതുവഴി പോയപ്പോൾ അപ്രതീക്ഷിതമായി വീട്ടിലേക്ക് വരികയായിരുന്നു. അതുകൊണ്ട് മുൻകൂട്ടി അറിയിക്കുവാൻ കഴിഞ്ഞിരുന്നില്ല.

കൃഷിക്കാരൻ ആകെ വിഷമിച്ചു. അയാൾ ഭാര്യയെ സമീപിച്ച് പറഞ്ഞു:

"ഇവർക്ക് എന്തു ഭക്ഷണം കൊടുക്കും? ഒന്നും തന്നെയില്ലല്ലോ..."

ഭാര്യയും ആകെ വിഷമിച്ചു.

അവസാനം കൃഷിക്കാരൻ നിവൃത്തിയില്ലാതെ ഒരു തീരുമാനത്തിലെത്തി.

"ഞാൻ അടുത്ത വീട്ടിലെ പണക്കാരന്റെ പക്കൽനിന്നും കുറച്ച് പാൽ കടംചോദിക്കാം. ഒരുപക്ഷേ അവിടെയുണ്ടാകും."

കൃഷിക്കാരൻ ഒരു വലിയ പാത്രവുമായി ആ വീട്ടിലേക്കോടി. ആ വീട്ടുകാരൻ പാത്രം നിറയെ പാൽ നൽകിയിട്ടു പറഞ്ഞു:

"വിരുന്നുകാരൊക്കെ പോയശേഷം നിങ്ങൾ പാൽ എനിക്കു എത്തിച്ചുതരണം.."

തിരിച്ചെത്തിക്കാമെന്ന വ്യവസ്ഥയിൽ അയാൾ പാലുമായി വീട്ടിലെത്തി. അങ്ങനെ കൃഷിക്കാരൻ വിരുന്നുകാരെ ഭംഗിയായി സൽക്കരിച്ചു. അവർ തിരിച്ചുപോയശേഷം കൃഷിക്കാരന്റെ ഭാര്യ അവരുടെ വീട്ടിലെ ഏക ഒട്ടകത്തെ കറന്നുനോക്കി. കഷ്ടകാലം എന്നേ പറയേണ്ടൂ. ആ പാത്രത്തിൽ പകുതിയേ പാൽ കിട്ടിയുള്ളൂ. കൃഷിക്കാരൻ ആകെ പരവശനായി. കൊടുത്ത വാക്ക് പാലിക്കണമെന്ന് അയാൾക്ക് നിർബന്ധവുമാണ്. അയാൾ ഒരു ചെറിയ പാത്രമെടുത്ത് അതിൽ പാൽ ഒഴിച്ചു. അപ്പോൾ ആ പാത്രം നിറയെ പാൽ ഉണ്ടായിരുന്നു. അങ്ങനെ പാത്രം നിറയെ പാലുമായി കൃഷിക്കാരൻ പണക്കാരനെ സമീപിച്ചു. പക്ഷേ, അയാ

ളുടെ സൂത്രം ഫലിച്ചില്ല. പണക്കാരൻ അയാളെ ശകാരിച്ചു.

"നീ എന്നെ പറ്റിക്കാൻ നോക്കുന്നോ? അത് നടക്കില്ല.... കള്ളൻ.... കള്ളൻ...." പണക്കാരൻ ഉറക്കെ വിളിച്ചു പറഞ്ഞു കൊണ്ട് കൃഷിക്കാരനെ ഒരു വലിയ പാത്രത്തിലാക്കി അതിന് മുകളിൽ മറ്റൊരു പാത്രം വെച്ചു മൂടി. കർഷകന് ആ പാത്ര ത്തിൽനിന്ന് രക്ഷപ്പെടാൻ കഴിഞ്ഞില്ല. അയാൾ കുറച്ചുകഴിഞ്ഞ് ബദ്ധപ്പെട്ട് മുകളിലെ പാത്രം പൊക്കിയശേഷം പുറത്തേക്ക് തല യിട്ടുനോക്കി. അപ്പോഴാണ് അയാൾക്ക് ചതി മനസിലായത്. താൻ ഒരു ആമയായി മാറിയെന്ന്!

ആമയായി മാറിയ കൃഷിക്കാരൻ പാത്രത്തിൽ നിന്നും രക്ഷ പ്പെട്ട് അടുത്ത ഗ്രാമത്തിലേക്ക് പോയി. അങ്ങനെ ആ ഗ്രാമത്തിലെ ഓരോ പാവപ്പെട്ടവന്റെ വീട്ടിലും ആമ പാൽ കടം വാങ്ങാൻ ചെന്നു. പണക്കാരുടെ വീട്ടിൽ ചെല്ലുവാൻ ആമയ്ക്ക് പേടിയാ യിരുന്നു. പാവപ്പെട്ട ഗ്രാമീണർക്ക് അവനെ സഹായിക്കണമെ

ന്നുണ്ട്. പക്ഷേ, അവന്റെ പുറം കമിഴ്ന്നിരിക്കുന്നതിനാൽ പാൽ ഒഴിക്കുവാൻ കഴിയില്ലായിരുന്നു. അന്നുമുതൽ ഒരു ആമ വീട്ടിൽ വന്നാൽ അതിന്റെ പുറത്ത് പാൽ ഒഴിക്കുക ശീലമായി. അതിലൂടെ ഗ്രാമത്തിലെ പാവപ്പെട്ടവർക്ക് ഒരു സന്ദേശവുമായി.

നമ്മൾ എല്ലാവരും പങ്കിട്ടു ജീവിക്കണമെന്ന പാഠം.

7

മൃതസഞ്ജീവനി

കമ്പരാമായണത്തിലെ യുദ്ധകാണ്ഡത്തിൽ ജാംബവാൻ ഹനുമാന് അത്ഭുതഫലങ്ങൾ നൽകുന്ന പലതരത്തിലുള്ള ഔഷധങ്ങൾ പറഞ്ഞുകൊടുക്കുന്നു. മരിച്ചവർ ജീവിക്കുവാനുള്ള ഔഷധങ്ങളും, തറച്ചുകയറുന്ന അസ്ത്രങ്ങൾ പുറത്തേക്കുവരുന്ന ഔഷധങ്ങളുമൊക്കെ അതിൽപ്പെടും.

സൂര്യപ്രഭൻ എന്ന ബ്രാഹ്മണന് രാമായണം വായിച്ചുകൊണ്ടിരിക്കെ ഇവ കൈവശപ്പെടുത്തണമെന്ന് മോഹമുണ്ടായി. ശല്യകരണി, വിശല്യകരണി, സന്ധാനകരണി, മൃതസഞ്ജീവനി എന്നിവയായിരുന്നു പ്രധാന ഔഷധച്ചെടികൾ.

ഇവ കൈവശപ്പെടുത്തിയാൽ തനിക്ക് മരിക്കേണ്ടതായി വരില്ല. മറ്റുള്ളവരെ ജീവിപ്പിക്കുകയും ചെയ്യാം. പക്ഷേ, അത്ര എളുപ്പത്തിൽ കൈക്കലാക്കാൻ പറ്റുന്ന ഒന്നായിരുന്നില്ല അവ. അതിനുള്ള എളുപ്പമാർഗത്തെപ്പറ്റി ബ്രാഹ്മണൻ ചിന്തിച്ച്, അവസാനം ഒരു പോംവഴി കണ്ടെത്തി. പാർവതീദേവിയെ തപസുചെയ്ത് പ്രത്യക്ഷപ്പെടുത്തി വരം ആവശ്യപ്പെടാം. സൂര്യപ്രഭൻ വനത്തിലെത്തി. തപസാരംഭിച്ചു. ദിവസങ്ങൾ, മാസങ്ങൾ, വർഷങ്ങൾ കഴിഞ്ഞു. കഠിനമായ തപസ്സ്.

അവസാനം പാർവതീദേവി ബ്രാഹ്മണന്റെ മുമ്പിൽ പ്രത്യക്ഷപ്പെട്ടു!

"നിന്റെ തപസിൽ ഞാൻ സന്തോഷിക്കുന്നു. എനിക്ക് തൃപ്തിയായി. എന്തുവരമാണ് വേണ്ടത്. ചോദിച്ചോളൂ."

"ദേവീ, എനിക്ക് മരിച്ചവരെ ജീവിപ്പിക്കുവാൻ മൃതസഞ്ജീവനി തന്നാലും."

"ശരി."

ഉടനെ ദേവിയുടെ കയ്യിൽ അത്ഭുതഫലം തരുന്ന മൃതസഞ്ജീവനി പ്രത്യക്ഷപ്പെട്ടു. "ഇതാ; ഇത് ഒരിക്കലും വാടുകയില്ല. ഇതിന്റെ ഇലപിഴിഞ്ഞു കിട്ടുന്ന നീർ മരിച്ച ശരീരത്തിൽ തളിച്ചാൽ പുനർജീവിക്കും."

മൃതസഞ്ജീവനി ബ്രാഹ്മണന് നൽകിയശേഷം ദേവി അപ്രത്യക്ഷമായി. സൂര്യപ്രഭന് സന്തോഷമായി. ഇനി ഞാൻ മനുഷ്യരിൽ ശ്രേഷ്ഠനാകും എല്ലാവരും എന്നെ ബഹുമാനിക്കും.

അയാൾ ചെടിയുമായി വീട്ടിലേക്ക് തിരിച്ചു.

കാട്ടിലൂടെയുള്ള യാത്രയ്ക്കിടെ മരിച്ചുകിടക്കുന്ന ഒരു കടുവ ബ്രാഹ്മണന്റെ ശ്രദ്ധയിൽപ്പെട്ടു.

ഇതുതന്നെ സഞ്ജീവനി പരീക്ഷിക്കുവാനുള്ള അവസരമെന്ന് അയാൾക്കു തോന്നി. താമസിച്ചില്ല, ചെടിയുടെ ഏതാനും ഇലകൾ പിഴിഞ്ഞ് കടുവയുടെ ശരീരത്തിലും വായിലും ഒഴിച്ചു.

പെട്ടെന്ന് കടുവ അനങ്ങുവാൻ തുടങ്ങി. അതിന് ജീവൻ തിരിച്ചുകിട്ടി.

ബ്രാഹ്മണന് സന്തോഷമായി. ആഹ്ലാദംകൊണ്ട് അയാൾ തുള്ളിച്ചാടി. പക്ഷേ, ജീവൻ തിരിച്ചുകിട്ടിയ കടുവ വിശപ്പുസഹിക്കവയ്യാതെ ബ്രാഹ്മണന്റെ പിന്നാലെ കൂടി. ഇത് തനിക്കുള്ള ഇരയാണെന്ന് കരുതി കടുവ ഉടൻതന്നെ ബ്രാഹ്മണന്റെ നേർക്ക് ചാടിവീണു.

8

പൊത്തിലൊളിച്ച മൂങ്ങ

സുന്ദരവനത്തിൽ എല്ലാ തരത്തിലുമുള്ള പക്ഷികളുമുണ്ട്, മൃഗങ്ങളും.

ഒരു പ്രഭാതം. രാത്രി സഞ്ചാരമെല്ലാം കഴിഞ്ഞ് മരപ്പൊത്തിൽ പകലുറക്കം ആരംഭിക്കുവാൻ പോവുകയാണ് മൂങ്ങ.

കണ്ണുകൾ മെല്ലെ അടഞ്ഞുവന്നതേയുള്ളൂ. പെട്ടെന്ന്! ഇടിമുഴക്കംപോലുള്ള ശബ്ദം! മൂങ്ങ മരപ്പൊത്തിൽനിന്നും പുറത്തേക്കു നോക്കി.

കാട്ടിലെ ഏറ്റവും വലിയ ബുദ്ധിമാനാണെന്ന് സ്വയം നടിക്കുന്ന ഡമ്പൻ സിംഹം!

മൂങ്ങ അത്ഭുതത്തോടെ സിംഹത്തെ നോക്കി. തലയിൽ എന്തോ വച്ചിട്ടുണ്ട്. തിളക്കമുണ്ട്, കാണാൻ ഭംഗിയുമുണ്ട്. അരയിൽ എന്തോ കെട്ടി തൂക്കിയിരിക്കുന്നു.

മൂങ്ങയുടെ പാർപ്പിടത്തിന് മുമ്പിലെത്തിയപ്പോൾ സിംഹം തലയുയർത്തി ഒന്നു നോക്കി.

"എന്താടാ, എന്നെ കണ്ടിട്ട് നിനക്കൊന്നും തോന്നുന്നില്ലേ...?"

"അങ്ങയുടെ തലയിൽ എന്തോ മിന്നിത്തിളങ്ങുന്നുണ്ട്..."

"മരപ്പൊത്തിൽ കഴിയുന്ന മണ്ടാ..., ഇതാണ് കിരീടം,

വെറുതെ തലയിൽ ചുമന്നുകൊണ്ടു നടക്കുന്നതല്ല. എന്നെ ഈ വനത്തിലെ മൃഗങ്ങളുടെ രാജാവായി തെരഞ്ഞെടുത്തു. കേട്ടില്ലേ എന്റെ ശബ്ദത്തിന്റെ മുഴക്കം?"

"കേട്ടേയ്..."

സിംഹം കാടുമുഴക്കി നടന്നുനീങ്ങി.

മൂങ്ങയ്ക്ക് സിംഹത്തിനോട് അസൂയ തോന്നാതിരുന്നില്ല. അവനും ഒരു രാജാവാകണമെന്ന മോഹമുദിച്ചു.

രാജാവായാൽ എല്ലാ പക്ഷികളും തന്റെ ചൊൽപ്പടിയിൽ നിൽക്കും. എല്ലായിടത്തും ഉയർന്ന സ്ഥാനം ലഭിക്കും. ഭക്ഷണം തേടി അലയേണ്ട. മനോഹരമായ കൊട്ടാരത്തിലിരുന്ന് സുഖിക്കാം. മൂങ്ങ മനക്കോട്ട കെട്ടി.

അന്നത്തെ പകലുറക്കം വേണ്ടെന്നുവെച്ച് മറ്റു പക്ഷികളെ തേടി മൂങ്ങ ഇറങ്ങി.

പക്ഷികളെ സംഘടിപ്പിക്കലായിരുന്നു ആദ്യലക്ഷ്യം. അതിനൊരുപായം കണ്ടെത്തി.

"കാട്ടിലെ ഇലഞ്ഞിമരത്തിൽ പക്ഷികളുടെ രാജാവിനെ തെരഞ്ഞെടുക്കുന്നു, എല്ലാ പക്ഷികളും ഇന്ന് ഉച്ചഭക്ഷണത്തിനുശേഷം ഇലഞ്ഞിമരത്തിൽ ഒത്തുചേരണം" എന്ന പ്രചാരണം ശരിക്കും ഫലിച്ചു. പക്ഷികൾ ഇലഞ്ഞിമരത്തിൽ സമ്മേളിച്ചു. കുരുവിയും തത്തയും മൈനയും മയിലും മരംകൊത്തിയും വേഴാമ്പലും അങ്ങനെ എല്ലാവരും, കൂട്ടത്തിൽ കാക്കയും.

മൂങ്ങ തന്റെ തലയ്ക്ക് പാകമായ ഒരു കിരീടവുമായിട്ടാണ് വന്നത്. സംഘാടകൻ എന്ന നിലയ്ക്ക് മൂങ്ങയ്ക്കായിരുന്നു അധ്യക്ഷപദവി.

മൂങ്ങ പ്രസംഗമാരംഭിച്ചു.

"അറിയാമോ..., നിങ്ങൾ രാത്രിയിൽ കൂടുകളിൽ സുഖനിദ്ര ചെയ്യുമ്പോൾ ഞാൻ വിവിധ കാടുകളിൽ സന്ദർശനം നടത്തി. അവിടുത്തെ പക്ഷികളുടെ ക്ഷേമങ്ങൾ അന്വേഷിക്കുകയായിരുന്നു.

അതിൽനിന്നും എനിക്കൊന്ന് മനസിലായി, നമ്മുടെ സുന്ദരവനത്തിലെ കൂട്ടുകാർ സുരക്ഷിതരല്ലായെന്ന്. അവർക്ക് ഒരു രാജാവ് വേണമെന്ന്. അതിനുവേണ്ടിയാണ് ഞാൻ ഇക്കാലമത്രയും ബുദ്ധിമുട്ടിയത്, നിങ്ങളെ ഇവിടെ കൂട്ടിച്ചേർത്തത്.

അതുകൊണ്ട് നമുക്കിന്ന് നമ്മുടെ രാജാവിനെ തെരഞ്ഞെടുക്കണം. പക്ഷികളുടെ അന്തസും കാര്യപ്രാപ്തിയും മൃഗങ്ങൾ അറിയണം."

പ്രസംഗമെല്ലാം കഴിഞ്ഞ്, ആരെ രാജാവാക്കണമെന്ന് മൂങ്ങ ആവശ്യപ്പെട്ടു. കിരീടം മൂങ്ങ അൽപ്പംകൂടി അടുപ്പിച്ചുവെച്ചു. ഏറെ പ്രതീക്ഷയും.

താമസമുണ്ടായില്ല. പക്ഷിക്കൂട്ടത്തിൽനിന്നും മരംകൊത്തി ചാടി മറ്റൊരു കൊമ്പിലിരുന്നു. എന്നിട്ട് പറഞ്ഞു:

"എന്തിനു സംശയിക്കുന്നു. മൂങ്ങ തന്നെ രാജാവാകട്ടെ..."

മറ്റുള്ളവർ അത് ഏറ്റുപറഞ്ഞു. പക്ഷിക്കൂട്ടത്തിൽനിന്നും മാറി ഒതുങ്ങിയിരുന്ന കാക്ക ഈ സമയം പ്രത്യക്ഷപ്പെട്ടു.

"നിങ്ങൾ എന്ത് വിഡ്ഢിത്തമാണ് പറയുന്നത്? അവന്റെ മുഖം കണ്ടില്ലേ? ക്രൂരതയുടെ പ്രതീകമാണ്. സൗമ്യമായ പക്ഷിവർഗത്തിന് ഇവൻ അപമാനമാണ്. എത്രയോ ബുദ്ധിമാന്മാർ, മനോഹരമായി പാടുന്നവർ, നടനവൈഭവം തെളിയിച്ചവർ, മോടിയോടെ വീടു നിർമിക്കുന്നവർ. അതിൽ ആരെയെങ്കിലും തെരഞ്ഞെടുക്കുകയാണ് നമ്മുടെ വർഗത്തിന് ഗുണവും അഭിമാനവും...."

മറ്റുള്ളവർക്ക് കാക്കയുടെ അഭിപ്രായം ശരിയാണെന്ന് തോന്നി. മൂങ്ങയെ രാജാവാക്കാനുള്ള തീരുമാനം തിരുത്തി.

കിരീടവുമായെത്തിയ മൂങ്ങയ്ക്ക് കാക്കയോട് വെറുപ്പും വിദ്വേഷവും തോന്നി.

"എടാ, കാക്കേ, ചീഞ്ഞളിഞ്ഞ ഭക്ഷണം കഴിക്കുന്ന നിനക്ക് വൃത്തിയുണ്ടോ? വിവരമുണ്ടോ?"

“ഇതുപോലെ പുഴുത്ത അഭിപ്രായം പറയാൻ നീ എന്തിനിവിടെ വന്നു. പോടാ...”

കാക്കയ്ക്ക് കോപം വന്നു.

അവൻ പറന്നെത്തി മൂങ്ങയുടെ നെറുകയിൽ ഒരു കൊത്തു കൊടുത്തു, കൂട്ടത്തിൽ മറ്റു പക്ഷികളും.

ഇളിഭ്യനായ മൂങ്ങ ഒരുവിധം രക്ഷപ്പെട്ട് മരപ്പൊത്തിൽ കയറിപ്പറ്റി.

അതിനുശേഷമാണ് മൂങ്ങ പകൽ വെളിച്ചത്തിൽ ഇറങ്ങാൻ ഭയപ്പെടുന്നത്.

9

കണ്ണാടി ഭൂതം

ഇതൊരു ഉത്തരേന്ത്യൻ നാടോടി കഥയാണ്. കേട്ടോളൂ....

ബീഹാറിലെ ഒരു ജില്ലയായ ഹസാരിബാഗിലെ ഉൾനാടൻ ഗ്രാമത്തിലാണ് ഈ കഥ നടക്കുന്നത്. അവിടെ ഒരു കൊച്ചുവീട്ടിൽ രാത്തോർ എന്ന മുടിവെട്ടുകാരൻ അയാളുടെ ഭാര്യ മീരുവുമൊത്ത് കഴിഞ്ഞിരുന്നു.

കാര്യമായ പണിയൊന്നും കിട്ടാത്തതിനാൽ വീട്ടിൽ എപ്പോഴും പട്ടിണിയിലായിരിക്കും രണ്ടുപേരും. വിശന്ന് സഹികെടുമ്പൊഴൊക്കെ ഭാര്യ മീരു അയാളെ വഴക്കു പറയുക പതിവാണ്.

“ഒരു ജോലിയും ചെയ്യാതെ പട്ടിണിക്കി

ടാനാണോ നിങ്ങൾ എന്നെ കല്യാണം കഴിച്ചത്? ഞാൻ എന്റെ ഗ്രാമത്തിൽ പട്ടിണി കൂടാതെ കഴിഞ്ഞേനെ...”

ഭാര്യയുടെ ശകാരം കേൾക്കുമ്പോൾ രാത്തോർ തലകുനിച്ചിരിക്കും.

‘എന്തു ചെയ്യാം... മുടി വെട്ടുവാനേ എനിക്കറിയൂ. ഗ്രാമത്തിൽ ആകെ അമ്പതുപേരെയുള്ളൂ. അവർ മുടി മുറിക്കുന്നത് കൊല്ലത്തിൽ ഒരിക്കൽ മാത്രം.’

രാത്തോർ സ്വയം പറഞ്ഞ് സമാധാനിക്കും. ഭാര്യയുടെ ശകാരം സഹിക്കവെയ്യാതായപ്പോൾ ഒരുദിവസം രാത്തോർ വീട് വിട്ടിറങ്ങി.

'തൊട്ടടുത്ത ഗ്രാമത്തിൽ ചെന്നു നോക്കാം. എന്തെങ്കിലും പണി ലഭിച്ചേക്കും.'

ഇതായിരുന്നു അയാളുടെ ചിന്ത. അയാൾ വളരെ ദൂരം നടന്നു. കൊടും ചൂടിൽ പച്ചവെള്ളം മാത്രം കുടിച്ച് അയാൾ നടന്നു തളർന്നു.

"ഈശ്വരാ, എനിക്കേതു നേരത്താണ് ഈ ദുർബുദ്ധി തോന്നിയത്...?"

രാത്തോർ സ്വയം ശപിച്ചു.

അവസാനം ഒരടിപോലും മുന്നോട്ടു വയ്ക്കാൻ അയാൾക്കു പറ്റാതായി. അവിടെ കണ്ട ഒരു വലിയ ആൽമരത്തിന്റെ കടയ്ക്കൽ അയാളിരുന്നു. ആലിലകൾ വീശിയ ഇളംകാറ്റിൽ രാത്തോർ ഒന്നു മയങ്ങിപ്പോയി.

സമയം പോയതയാൾ അറിഞ്ഞില്ല. ഉണർന്നപ്പോൾ നേരം ഇരുട്ടിയിരുന്നു. പെട്ടെന്ന് ഇടിമുഴക്കം പോലെ ഒരു ശബ്ദം! രാത്തോർ അന്ധാളിച്ചുനിന്നു. മുന്നിൽ ഒരു ഭൂതം!

"അയ്യോ ഭൂതം!!.. രക്ഷിക്കണേ, രക്ഷിക്കണേ." ആൽമരത്തിൽ താമസിച്ചിരുന്ന, ഒരു ഭൂതമായിരുന്നു മുമ്പിൽ. മരച്ചുവട്ടിൽ വിശ്രമിക്കുന്നവരെ ഭക്ഷിക്കുകയാണ് ഭൂതത്തിന്റെ പണി.

"എടാ, നീ ഇനി രക്ഷപ്പെടുമെന്ന് തോന്നുന്നുണ്ടോ.? നിന്നെ രക്ഷിക്കാൻ ഇവിടെ ആരുവരാൻ...? ഹ..ഹ..ഹ.."

പെട്ടെന്ന് രാത്തോറിന് ഒരു ബുദ്ധി തോന്നി.

"ഭൂതം, എന്റെ സഞ്ചീൽ നിന്നേക്കാൾ വലിയ ഒരു ഭൂതമുണ്ട്. നിന്നെയും ഈ ആൽമരത്തെയും അവൻ ഭക്ഷിക്കും. ഞാൻ അവനെയാണ് വിളിച്ചത്."

"എന്ത്! എന്നേക്കാൾ വലിയ ഭൂതമോ?"

"ശരി, കാണട്ടെ!"

താമസിച്ചില്ല. രാത്തോർ സഞ്ചിയിൽ വച്ചിരുന്ന അയാളുടെ തൊഴിലുപകരണമായ കണ്ണാടി പുറത്തെടുത്ത് ഭൂതത്തിന്റെ നേരെ കാണിച്ചു. "അയ്യോ! എന്നെ വെറുതെ വീടൂ..."

ഭൂതം അലറിവിളിച്ചു. "നിന്നെ വെറുതെ വിടാൻ ഭൂതത്തോടുപറയാം.

നീ എനിക്ക് എന്തുതരും?"

"എന്തു വേണേലും തരാം."

"ശരി, പതിനായിരം സ്വർണനാണയങ്ങൾ തന്നാൽ നിന്നെ വെറുതെ വിടാം."

രാത്തോർ പറഞ്ഞു.

"അങ്ങനെയാവട്ടെ...."

"ഓം, ക്രീം...പതിനായിരം സ്വർണനാണയങ്ങൾ."

രാത്തോറിന് സന്തോഷമായി. കണ്ണാടി സഞ്ചിയിൽ തിരിച്ചുവെച്ച് സ്വർണനാണയങ്ങളുമായി അയാൾ വീട്ടിലേക്കു നടന്നു.

വീട്ടിലെത്തിയ രാത്തോർ നടന്ന കാര്യങ്ങൾ ഭാര്യയെ പറഞ്ഞു കേൾപ്പിച്ചു.

സന്തോഷം കൊണ്ട് മീരുവിന്റെ മുഖം എങ്ങനെയായിരിക്കുമെന്ന് നിങ്ങളൊന്ന് സങ്കൽപ്പിച്ചുനോക്കൂ.

10

ചീരുവിന്റെ ഗാനം

ഗുജറാത്തിലെ ഗീർവനങ്ങളെക്കുറിച്ച് നിങ്ങൾ കേട്ടുകാണും. ഇന്ത്യയിൽ സിംഹങ്ങൾ വസിക്കുന്ന ഏക വനമെന്ന നിലയിൽ ഗീർവനം പ്രസിദ്ധമാണല്ലോ.

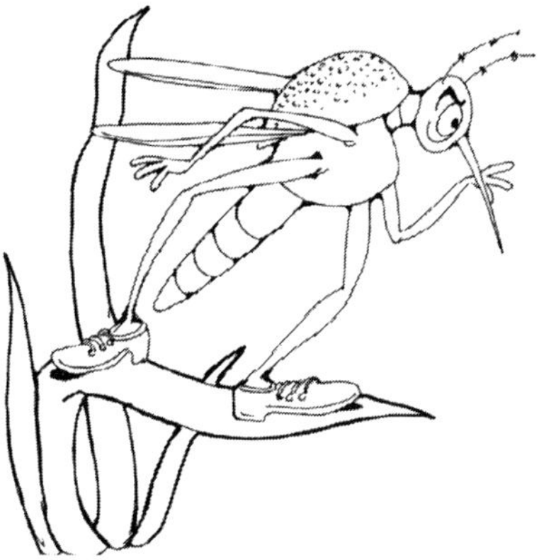

ഈ കഥ നടക്കുന്നതും ഗീർവനത്തിലെ ഒരു പ്രഭാതത്തിലാണ്.

ചെറുമഞ്ഞുപെയ്യുന്ന ഒരു പ്രഭാതം! കാട്ടിലെ പാറ ഇടുക്കുകളിൽ തഴച്ചു വളർന്നുനിൽക്കുന്ന നല്ല പച്ചപ്പുള്ളപുല്ലുകൾ.

പുൽക്കൊടികളുടെ തലപ്പിലുള്ള മഞ്ഞുതുള്ളികൾ സൂര്യകിരണങ്ങൾ പതിച്ച് കണ്ണാടിപോലെ പ്രകാശിക്കുന്നുണ്ട്. ഒരു ഇളം പുൽക്കൂമ്പിലിരുന്ന് പ്രഭാതഗാനം ആലപിക്കുകയാണ് ചീരു കൊതുക്. ഈസമയം കാട്ടിലെ രാജാവായ ഡബ്ബൻ സിംഹം അതുവഴി പോകുന്നുണ്ടായിരുന്നു. കൊതുകിന്റെ പ്രഭാതഗീതം ഡബ്ബന് ഇഷ്ടമായില്ല. ഡബ്ബൻ അവിടെ

ഞെളിഞ്ഞൊന്നു നിന്നു. ഗൗരവത്തിൽ തല ഒന്നുകൂടി ഉയർത്തി. "ഇത്തിരിയുള്ള കൊതുകോ, പാടുന്നത്.

ഞാൻ വരുന്നതു കണ്ടിട്ടും...."

സിംഹരാജൻ കോപംകൊണ്ടു വിറച്ചു.

മൂക്ക് വികസിച്ചു. കണ്ണുകൾ ചുവന്നു ജ്വലിച്ചു. "നിറുത്തൂ നിന്റെ കരച്ചിൽ."

ചീരു കൊതുക് ഞെട്ടിത്തിരിഞ്ഞു നോക്കി. "ഓ! ഡബ്ബൻ സിംഹമോ. എന്റെ ഇത്തിരിയുള്ള ശബ്ദം താങ്കൾക്ക് എന്ത് ബുദ്ധിമുട്ടാണ് ഉണ്ടാക്കിയത്...?"

"നിന്റെയീ ശബ്ദം എന്നെ ഭ്രാന്ത് പിടിപ്പിക്കും. ചോദ്യം വേണ്ട. ഇതെന്റെ കാടാണ്. ഞാൻ പറഞ്ഞത് കേട്ടാൽ മതി."

ചീരു കൊതുക് സിംഹത്തിന്റെ ആജ്ഞ അനുസരിക്കാതെ പാട്ട് തുടർന്നു.

"ങേ! നീ അത്രയ്ക്കായോ? എങ്കിൽ ഞാനും ഒന്നു പാടാം." സിംഹം വായ് പിളർത്തി ഉച്ചത്തിൽ ഗർജിക്കാൻ തുടങ്ങി. സിംഹത്തിന്റെ ഗർജനം കാടിനെ വിറപ്പിച്ചു. കാട്ടിൽ തീറ്റിക്കിറങ്ങിയ മുയലും മാനും കുരങ്ങും ആടും പോത്തും എല്ലാം ജീവനും

കൊണ്ട് വീടുകളിൽ അഭയം തേടി.

പക്ഷേ, ചീരു കൊതുക് സിംഹത്തിന്റെ ഗർജനംകേട്ട് ഭയന്നില്ല.

'ഇവനെ ഒരു പാഠം പഠിപ്പിക്കാതെ നിവൃത്തിയില്ല.'

കൊതുക് മനസിൽ വിചാരിച്ചു. താമസിച്ചില്ല ചീരു പെട്ടെന്ന് പറന്നുചെന്ന് സിംഹത്തിന്റെ മൂക്കിൽ കയറി. എന്നിട്ട് വായിലുള്ള സൂചികൊണ്ട് ഡബ്ബൻ സിംഹത്തിന്റെ മൂക്കിൽ ഓടിനടന്ന് ചറപറാകുത്തുവാൻ തുടങ്ങി. അസ്വസ്ഥനായ ഡബ്ബൻ സിംഹം നിൽക്കുവാനും നടക്കുവാനും ഓടുവാനും പറ്റാതെ വിഷമത്തിലായി!

"ഹൊ! ഹൊ, ഹൊ! ഇതെന്തൊരു ശല്യം! ഹൊ! ഹൊ,ഹൊ! എടാ, ചീരു കൊതുകേ, എന്റെ മൂക്കിൽനിന്നും പുറത്തുവരൂ..."

"നീ എന്താണ് പറഞ്ഞത്. കാട് നിന്റേതാണോ? എനിക്കി

വിടെ പാടാൻ പാടില്ലെന്നോ?"

ചീരുവിന്റെ ചോദ്യംകേട്ട് ഡബ്ബൻ തലകുനിച്ചു.

"നീ മതിയാവോളം പാടിക്കോളൂ. ഈ കാടുമുഴുവൻ നിന്റേതാണ്.

നീ എന്റെ മൂക്കിൽനിന്നും പുറത്തുവരൂ. എന്റെ സ്വസ്ഥത നശിപ്പിക്കാതെ."

"ശരി, ഞാൻ പുറത്തുവരാം. ഇവിടെനിന്നും നീ ദാ, ആനമലയുടെ അപ്പുറത്തേക്ക് ഓടിമറയണം."

"അങ്ങനെ ചെയ്തേക്കാം. നീ മൂക്കിൽനിന്നും പുറത്തുപോകൂ" സിംഹം പറഞ്ഞു.

""ശരി, നീ ഓടുന്നത് ഞാനൊന്നു കാണട്ടെ."

ഒറ്റ കുതിപ്പിന് സിംഹത്തിന്റെ മൂക്കിൽനിന്നും കൊതുക് പുറത്തുവന്നു.

"താമസിക്കേണ്ട, ഓടിക്കോ, ഓടിക്കോ."

ഇളിഭ്യനായ ഡബ്ബൻ സിംഹം ആരുടെയും കണ്ണിൽപ്പെടാതെ 'ടീം' ഒറ്റഓട്ടം.

11

സ്നേഹത്തിന്റെ മഹത്വം

ഗംഗാനദിയുടെ തീരം.

നിറയെ ഇലകളും ഫലങ്ങളുമായി നിൽക്കുന്ന ഒരു വലിയ വൃക്ഷം.

വൃക്ഷത്തിൽ വിവിധയിനം കിളികൾ കൂടുകൂട്ടി വർഷങ്ങളായി സന്തോഷത്തോടെ കഴിഞ്ഞുപോന്നു. കിളികളുടെ നേതാവായി ഒരു പഞ്ചവർണക്കിളിയും ഉണ്ടായിരുന്നു. നാളുകൾ പിന്നെയും കഴിഞ്ഞുപോയി.

ഇതിനിടെ, എല്ലായ്പ്പോഴും ഫലങ്ങളുണ്ടായിരുന്ന വൃക്ഷത്തിൽ പെട്ടെന്ന് ഫലങ്ങൾ ഇല്ലാതായി. പട്ടിണിയായപ്പോൾ പക്ഷികൾ എല്ലാംതന്നെ പുതിയ ചില്ലകൾ തേടി യാത്രയായി.

അവസാനം പഞ്ചവർണക്കിളിമാത്രം ആ മരത്തിൽ അവശേഷിച്ചു. വൃക്ഷത്തിലെ പച്ചിലകൾ മാത്രം ഭക്ഷിച്ച് പഞ്ചവർണക്കിളി അതിൽ കഴിച്ചുകൂട്ടി.

പക്ഷിയുടെ ഈ പ്രത്യേകത ദേവേന്ദ്രന്റെ ശ്രദ്ധയിൽപ്പെട്ടു.

ദേവേന്ദ്രൻ പഞ്ചവർണക്കിളിയെ പരീക്ഷിക്കുവാൻ തീരുമാനിച്ചു.

ഇന്ദ്രൻ വൃക്ഷത്തിലെ ഇലകൾ മുഴുവൻ ഉണക്കി. ഉണങ്ങിയ ഇലകൾ ഗംഗയിൽ വീണൊഴുകി.

ഇലകൾ കൊഴിഞ്ഞ് ശിഖരങ്ങൾ മാത്രമായി അമ്മമരം നിന്നു.

പഞ്ചവർണക്കിളിയുടെ പച്ചിലഭക്ഷണവും നിലച്ചു. പക്ഷേ, ഗംഗയിലെ ജലം മാത്രം കുടിച്ച് പക്ഷി അതിൽ കഴിച്ചുകൂട്ടി.

പക്ഷിയുടെ പ്രവൃത്തി കഠിനമാണെന്ന് ദേവേന്ദ്രന് തോന്നി. പഞ്ചവർണക്കിളിയെ നേരിൽക്കാണുവാൻ ദേവേന്ദ്രൻ നിശ്ചയിച്ചു.

ഒരു വൃദ്ധബ്രാഹ്മണന്റെ വേഷത്തിൽ പഞ്ചവർണക്കിളിയുടെ മുന്നിൽ വന്നു. പഞ്ചവർണക്കിളി ബഹുമാനത്തോടെ ബ്രാഹ്മണനെ സ്വാഗതം ചെയ്യുന്നതുപോലെ നോക്കി.

"അല്ലയോ, ബ്രാഹ്മണശ്രേഷ്ഠാ അങ്ങ് എന്തിനാണ് എന്നെ സമീപിക്കുന്നത്...?"

"ഈ വൃക്ഷത്തിലെ മുഴുൻ പക്ഷികളും പുതിയ മേച്ചിൽ സ്ഥലം തേടി. നീ മാത്രം ഇതിൽ കഴിച്ചുകൂട്ടുന്നതിന്റെ ഉദ്ദേശ്യം എന്താണ്? ഈ വൃക്ഷം താമസിയാതെ നിലം പതിക്കും. ഗംഗ യുടെ മറുകരയിൽ ധാരാളം ഫലവൃക്ഷങ്ങളുണ്ട്. അതിലെ ഫല ങ്ങൾ ഭക്ഷിച്ച് സുഖമായി കഴിഞ്ഞുകൂടെ...?"

"അല്ലയോ മഹാൻ... അങ്ങയുടെ ഉപദേശത്തിന് നന്ദിയുണ്ട്. എന്നെ ഇക്കാലമത്രയും ഭക്ഷണംതന്ന് കാറ്റിലും മഴയിലും ചൂടിലും തണുപ്പിലും രക്ഷിച്ചത് ഈ സുഹൃത്താണ്. സുഹൃ ത്തിന് ഒരാപത്ത് വന്നുപെട്ടപ്പോൾ ഉപേക്ഷിച്ചുപോകുന്നത് നന്ദി കേടല്ലേ...? എനിക്ക് ഒന്നും ചെയ്യാൻ കഴിയുകയില്ല, എങ്കിലും എന്റെ സാമീപ്യം സുഹൃത്തിന് ഒരാശ്വാസം നൽകിയെങ്കിലോ എന്ന് ഞാൻ ആശിക്കുന്നു..."

"നിന്റെ മറുപടി എന്നെ സന്തുഷ്ടനാക്കുന്നു. സ്നേഹ ത്തിന്റെ മഹത്വം നീ മറ്റുള്ളവർക്ക് കാണിച്ചുകൊടുക്കുന്നു. നിനക്ക് നല്ലത് വരട്ടെ. ഈ വൃക്ഷം ഇപ്പോൾ മുതൽ പുഷ്പ ങ്ങളും ഫലങ്ങളുമായി ദീർഘകാലം ജീവിക്കും..."

ഇന്ദ്രൻ പഞ്ചവർണക്കിളിയെ ആശ്വസിപ്പിച്ചു.

12

ഏക മാർഗം

കഴിഞ്ഞ താളുകളിൽ മുടിവെട്ടുകാരൻ രാത്തോറിന്റെ കഥ പറഞ്ഞുവല്ലോ. ഇത് ചോട്ടു എന്നുപേരായ മറ്റൊരു മുടിവെട്ടുകാരന്റെ കഥയാണ്. കേട്ടോളൂ....

ബംഗാളിലെ ഒരു ചെറുഗ്രാമം. ഗ്രാമത്തിൽ ഏറ്റവും തിരക്കുള്ള ഒരു പ്രദേശമുണ്ട്. തിരക്ക് എന്നു പറഞ്ഞാൽ പട്ടണത്തിലെ തിരക്കല്ല. ഏറിയാൽ ഇരുപത്തി അഞ്ച് പേർ കൂടിയേക്കും. അത്രതന്നെ. അവിടെ ചെറിയ ഒരു പലചരക്ക് കടയുണ്ട്. ഗ്രാമത്തിലുള്ളവർക്ക് വേണ്ടതെല്ലാം അവിടെ ലഭിക്കും. അത്യാവശ്യം മരുന്നുകൾവരെ. കൂടാതെ ഒരു പെട്ടിക്കട, അവിടെ ചായയും പലഹാരങ്ങളും കിട്ടും. പെട്ടിക്കടയോടു ചേർന്നു പന്തലിച്ചു നിൽക്കുന്ന ഒരു വലിയ തണൽ വൃക്ഷം. ഈ വൃക്ഷച്ചുവട്ടിലാണ് ചോട്ടുവിന്റെ മുടിവെട്ടുന്ന സ്ഥലം. ഒരു കസേര. പിന്നെ; അയാളുടെ തൊഴിൽ ഉപകരണം സൂക്ഷിക്കുന്ന പെട്ടി. സന്ധ്യയായാൽ കസേര അടുത്തുള്ള കടയുടെ വരാന്തയിൽ കയറ്റി വച്ച് ചോട്ടു പെട്ടിയുമായി വീട്ടിലേക്കു പോകും.

ഈ വൃക്ഷച്ചുവട്ടിൽ തന്നെയാണ് ഗ്രാമത്തിലെ കൂലിക്കാർ പണികഴിഞ്ഞ് വിശ്രമിക്കുന്നതും വെടിപറയുന്നതും. ഇവർ മഹാമടിയന്മാരാണ്. കൈയിലെ പണം തീർന്നാലേ പിന്നെ പണിക്കിറങ്ങൂ. അന്നവർ മരച്ചുവട്ടിലിരുന്ന് ജോലി ചെയ്യാതെ എങ്ങനെ

പണം സ്വരൂപിക്കാൻ കഴിയും എന്ന ഉപായം തേടുകയായിരുന്നു.

"എടാ, എളുപ്പം പണം ഉണ്ടാക്കണമെങ്കിൽ പണം പലിശയ്ക്കു കൊടുക്കണം."

ഇതിനെ മറ്റൊരുത്തൻ എതിർത്തു.

"കൊടുത്തപണം തിരിച്ചെടുക്കാൻ ഗ്രാമം മുഴുവൻ നടക്കണം. അതുതന്നെ ഒരു വലിയ പണിയാണ്."

അപ്പോൾ മറ്റൊരുത്തൻ...

"അല്ല. ഞാനൊര് ഉപായം കാണുന്നു. ഒരാടിനെ വാങ്ങുക. അത് പ്രസവിക്കും. പിന്നെ കുഞ്ഞുങ്ങൾ! അതും പ്രസവിക്കും. പിന്നെയും കുഞ്ഞുങ്ങൾ!! അതിനെ വിൽക്കുന്നു. അങ്ങനെ ഞാൻ പണം സമ്പാദിക്കുന്നു... എങ്ങനെ എന്റെ സൂത്രം?

"ഹി... ഹി... മണ്ടൻ, ആടിനെ മേയ്ക്കാൻ പോകണം. വെള്ളം

കൊടുക്കണം, കൂട് വൃത്തിയാക്കണം... ഹോ... ഇവന്റെയൊരു പൊട്ട സൂത്രം..."

ഇവരുടെ തർക്കം കേട്ടുകൊണ്ടിരുന്ന ചോട്ടുവിന് ദേഷ്യം വന്നു.

"പണിയെടുക്കാൻ മടി. എളുപ്പത്തിൽ പണം സമ്പാദിക്കുകയും വേണം. ഈ മടിയന്മാരെ ഒരു പാഠം പഠിപ്പിക്കണം."

ചോട്ടു മനസിൽ വിചാരിച്ചു. എന്നിട്ടു പറഞ്ഞു:

"ഏയ്, സുഹൃത്തുക്കളേ, ഒരു ചെറുവിരൽപോലും അന

ക്കാതെ പണം ഉണ്ടാക്കുവാനുള്ള വിദ്യ എനിക്കറിയാം."

"അതെങ്ങനെ...? അതെങ്ങനെ...?"

നീ വെറുതെ വിഡ്ഢിത്തം വിളമ്പാതെ..."

"നമുക്ക് പന്തയം വെയ്ക്കാം... തീർച്ചയായും എനിക്കറിയാവുന്ന കാര്യമാണിത്."

ചോട്ടു പറഞ്ഞു.

"ശരി; പന്തയം വയ്ക്കാം... തോറ്റാൽ നീ എന്തു തരും?"

"തോറ്റാൽ നിങ്ങൾ പന്തയം വെയ്ക്കുന്ന തുകയുടെ ഇരട്ടി തിരിച്ചുതരും."

ഇതുതന്നെ പണമുണ്ടാക്കാൻ എളുപ്പ മാർഗമെന്ന് മടിയന്മാർ കരുതി. അവർ പരസ്പരം സ്വകാര്യം പറഞ്ഞു. ഓരോരുത്തരും കൈവശമുള്ള പണം മുഴുവനും പന്തയം വെച്ചു.

ചോട്ടു കൈയിലിരുന്ന തൂവാല നിലത്തു വിരിച്ചു.

"ഇതാ, ഇതിൽ നിങ്ങളുടെ പണം നിക്ഷേപിക്കൂ. ഓരോരുത്തരും അവരവർ വയ്ക്കുന്ന പണം വിളിച്ചു പറയുകയും കൂടി വേണം."

രൂപ തൂവാലയിൽ നിക്ഷേപിച്ച് മടിയന്മാർ ചോട്ടുവിന്റെ ഉത്തരം കാത്ത് ജിജ്ഞാസയോടെ ഇരിപ്പായി.

ചോട്ടു തന്റെ തൂവാലയിൽ വീണ പണം മുഴുവൻ ഒരു സഞ്ചി പോലെ ചുരുട്ടിക്കെട്ടി തന്റെ പെട്ടിയിൽ വെച്ച് അടച്ചു.

"എവിടെ നിന്റെ വിദ്യ? വേഗം പറയൂ!"

മടിയന്മാർക്ക് തിടുക്കമായി.

"ഉടനെ പറയാം. ഈ കസേര ഞാൻ കടവരാന്തയിൽ കയറ്റി വയ്ക്കട്ടെ."

ചോട്ടു കസേര വരാന്തയിൽ ഇട്ട ശേഷം തന്റെ ചെറിയ പെട്ടിയുമെടുത്ത് നടക്കാൻ ഭാവിച്ചു. എന്നിട്ട്....

"എന്റെ കൂട്ടുകാരേ, ഇങ്ങനെയാണ് എളുപ്പത്തിൽ പണമുണ്ടാക്കുന്ന വിദ്യ. പഠിച്ചോളൂ."

ഇളിഭ്യരായ മടിയന്മാരെ നോക്കി ചോട്ടു

ഒന്നുകൂടി പറഞ്ഞു:

"കഠിനാധ്വാനമാണ് പണമുണ്ടാക്കുവാനുള്ള ഏക മാർഗം. അതുകൊണ്ട് പന്തയംവെച്ച നിങ്ങളുടെ പണം ഞാൻ തിരിച്ചു തരുന്നു. അധ്വാനിക്കാത്ത പണം എനിക്കു വേണ്ട."